TÌNH KHÚC
DƯƠNG ĐÌNH HƯNG

Lời Giới Thiệu

Nếu trong mỗi chúng ta, ai ai cũng đều phải có một sở thích, một thú vui để giải trí, tiêu khiển, quên đi những ràng buộc lo toan cơm áo, thì tôi tin ông Dương Đình Hưng là một người hoàn toàn hạnh phúc với những thú tiêu khiển, nói đúng hơn là những đam mê về thơ và nhạc của ông. "Hạnh phúc" vì đã sáng tác được những câu thơ về tình yêu, đời sống, khoác cho chúng những giai điệu ưng ý, rồi sau cùng giao phó những bản nhạc ấy cho người hòa âm, nhạc công, ca sĩ để đem đến cho đời những niềm vui, thích thú nho nhỏ. Vì thế, thiển nghĩ ông chắc cũng rất hạnh phúc khi thấy những đứa con tinh thần của mình được công chúng thật lòng tìm nghe trên kênh nhạc Youtube, hoặc trong những buổi giới thiệu nhạc của ông ở Saigon và Little Saigon, quận Cam.

Khởi đi từ những bài thơ nho nhỏ về tình yêu đôi lứa, ông đã được ba nhạc sĩ phổ thành nhạc từ những bài thơ ấy, rồi sau cùng ông đã sáng tác thành nhạc, như những bài "Người Xưa Ấy", "Huế Đến Với Tôi", "Chiếc Lá Thu Rơi", "Phố Lạ", "Nhạc Buồn Đêm Mưa", "Thà Như Không Có Mưa", Mặt Trời, Em và Tôi", "Có Gì Đâu". Có lẽ nhạc phẩm tiêu biểu nhất của ông là bài "Huế Đến Với Tôi":

Huế đến với tôi, là một trời thơ,

Bao con đường me vắng, từng phút trông mong,

Từng phút hẹn hò ...

Bài nhạc giới thiệu người nghe một thành phố Huế êm đềm, với những *"thôn Vỹ Dạ, Thành Nội"*, với *"nắng hàng cau, những cơn mưa, trời mưa không dứt"*, có *"dòng sông mộng, bóng trăng thề"*. Huế còn tăng thêm sức hấp dẫn ngàn lần với người sinh viên y khoa Dương Đình Hưng thập niên 60' khi anh có *"người yêu dấu"*, thì Huế còn *"có gió tóc bay"*, có *"bao con đường me vắng"*, có *"mắt buồn mưa rơi"*.

Huế, Huế đến với tôi, là Thôn Vĩ Dạ

Là nắng hàng cau, có người thương yêu

Huế, Huế đến với tôi, có gió tóc bay,

Có người yêu dấu, mắt buồn mưa rơi ...

Trong một nhạc phẩm khác có nhan đề "Nhạc Buồn Đêm Mưa", với một giai điệu và hòa âm bán cổ điển, ông Hưng bày tỏ tâm trạng giùm cho một người nữ với tiếng mưa rơi, với giọt buồn cũng tuôn *"theo tiếng mưa rơi"*, để *"khóc tình cay đắng, khóc duyên lỡ làng."*

Điệu buồn ai oán đêm mưa,

Anh ơi, anh ơi sầu nhớ

Tình là một giấc mơ hoa,

Vì đâu anh hỡi tình xưa nhạt nhòa.

Nhạc tình đôi lứa chiếm một tỷ lệ rất lớn trong khu vườn thơ nhạc của ông, với những ước mơ rất thực như trong bài "Gần Bên Em", nhạc Phạm Tuân:

Gần bên em, chỉ gần bên em,

Giây phút này, chỉ gần bên em

Quên đi ngày qua, đừng nhắc đến

Quên đi ngày mai, đừng nói đến …

Những say mê, cuồng nhiệt, yêu đương, mong được sống với người mình yêu đã được biểu hiện thật da diết qua kỹ thuật "lặp lại" như "yêu mãi", "yêu nữa", "đời nay", "đời sau" trong nhạc phẩm nhạc ngoại quốc "Chờ Nhé Em":

"Anh còn yêu mãi cho hết đời nay,

Anh còn yêu nữa cho hết đời sau,

Duyên tình tha thiết qua hết đời nay,

Duyên tình thắm thiết cho đến đời sau."

Hay những tình cảm u hoài, khắc khoải trong nhạc phẩm lời Việt "Em lắng nghe mùa Đông":

Tình em đơn chiếc, tha thiết

Em sống trong mùa đông

Em lắng nghe mùa đông u buồn

Tình em thương tiếc, thương tiếc,

Anh có nghe mùa đông?

Anh có nghe lời em thở than?

Như đã sơ lược ở đầu bài, các nhạc sĩ Phạm Tuân, Nguyễn Tường Vân, Nguyễn Ánh 9 đã đồng cảm được với thi sĩ Dương Đình Hưng để cho ra đời những sáng tác ngoạn mục như "Bản Tình Ca Luân Vũ". "Em Cứ Yêu Một Lần Đi" (nhạc Nguyễn Tường Vân), "Gần Bên Em" (nhạc Phạm Tuân – lời Anh ngữ của Hà Lê), hay là "Ngày Vu Quy", "Em Qua Chốn Này" (nhạc Nguyễn Ánh 9). Theo như lời ông Hưng thuật lại trong lời giới thiệu "Vài nét về nhạc Dương Đình Hưng" trong tập nhạc "Áo Trắng Với Cung Đàn", các nhạc sĩ có nhận xét là thơ của ông Hưng "đã có sẵn nhạc tính nên rất dễ phổ nhạc". Thiển nghĩ, nhận xét ấy thật đúng, không chỉ vì trong thơ đã có nhạc, nhưng còn ở cung cách ông Hưng viết một bài thơ nữa. Trong từng bài thơ của ông, ta thấy ông chỉ đề cập đến một chi tiết chính, cụ thể nhất mà thôi, như "em qua chốn này", "phố xưa", "tình là giấc mơ", "tình mất", chứ không lan man lạc đề, hay làm đề tài rộng thêm. Ông Hưng cũng hay sử dụng câu đầu tiên làm nhạc đề, rồi lặp lại chính câu đó trong câu hay đoạn kế tiếp, vô hình chung đã thỏa mãn khái niệm "lặp lại" (repetition), và "nhạc đề" (motif/motive) trong nhạc. Ta hãy xem một ví dụ là bài "Trả lại Em" (nhạc Phạm Tuân), với những câu lặp được in đậm:

***Trả lại em**, nụ hôn cuối cùng,*

Con tim gian dối, xin đừng dối gian

***Trả lại em**, mối tình thơ ngây,*

Ngày mai xe hoa, đón chờ em đi.

***Em ơi! Em ơi!** Uổng ta đã nhớ,*

***Em ơi! Em ơi!** Uổng ta đã đợi,*

***Em ơi! Em ơi!** Uổng ta đã trông,*

***Em ơi! Em ơi!** Uổng ta đợi mong*

Hơn thế nữa, những ý tưởng đặc sắc, riêng biệt cùng một ngôn ngữ thơ phong phú quả thật đã là nguồn cảm hứng cho các nhạc sĩ đồng cảm rồi phổ thành nhạc, như trong bài "Tình Man Dại", nhạc Phạm Tuân:

Em là loài cỏ hoang

Tôi là cơn gió lạ

Quấn quít nhau bàng hoàng

Trong một chiều mưa trút

Mặc trời đất hỗn mang

Mặc cuộc đời giông tố

Mặc gặp gỡ muộn màng

Ngoài ra, trong toàn bộ ba mảng thơ-nhạc của khu vườn âm nhạc Dương Đình Hưng - thơ phổ nhạc, nhạc và lời, nhạc ngoại lời Việt – thiển nghĩ điểm đáng chú ý nhất là các nhạc phẩm ngoài sự phục tòng các quy tắc về sự lặp lại, nhạc đề, các cách phát triển nhạc, chúng còn theo sát khái niệm "Ý Tưởng" (Idea) của nhạc sư Arnold Schoenberg: *"tôi đánh giá tổng thể của một nhạc phẩm là Ý tưởng, cái ý chính mà tác giả muốn trình bày"* (I myself consider the totality of a piece as the *idea*: the idea which its creator wanted to present. – sách Style and Idea, 1975, trang 122-23). Thật vậy, ông Hưng đã trải những *ý tưởng*, trải lòng mình ra với mọi người. Ông đã chắt chiu rồi chia sẻ những cảm nhận, trải nghiệm, kinh nghiệm sống, rồi kỷ niệm về những cuộc tình đã xa, mà không đòi hỏi điều gì khác ngoài mong muốn đồng cảm với người thưởng ngoạn. Trong tinh thần đó, mong bạn ưu ái đón nhận tập nhạc Dương Đình Hưng để cùng cảm nhận những ý tưởng và giai điệu trong khu vườn thơ-nhạc Dương Đình Hưng. Mến chúc ông Hưng sẽ còn nhiều sáng tác mới nữa để làm đẹp cho đời!

Tháng Sáu 2020

Hiệp Dương (aka Học Trò)

Vài dòng về người viết lời giới thiệu

Hiệp Dương sinh trưởng ở Saigon, rồi định cư ở Hoa Kỳ năm 1990. Tốt nghiệp cử nhân ngành điện toán tại đại học UC Irvine, California. Được cố nhạc sĩ Phạm Duy mời cộng tác làm webmaster và biên tập viên các trang phamduy.com (2003-2005) và phamduy2010.com (2010-2013). Đồng biên lập viên trang phamduy.com bộ mới năm 2013. Viết nhiều bài phân tích nhạc thuật về nhạc Phạm Duy dưới bút hiệu "Học Trò" trên các trang phamduy2010.com và phamduy.com. "Học Trò" còn viết khá nhiều bài phân tích nhạc phẩm khác về các dòng nhạc Trịnh Công Sơn, Phạm Đình Chương, Lê Uyên Phương, Từ Công Phụng, Đức Huy, v.v. rồi các bài viết tản mạn về nhạc Pháp, Mỹ, Paul Mauriat, ABBA, The Carpenters, v.v. Là cộng tác viên của trang "t.vấn & bạn hữu", bạn có thể xem các bài viết nói trên ở trang sau: http://t-van.net/?author=46

Tiểu Sử
Dương Đình Hưng

Sinh năm 1939

Quê quán Hà-Nội

Cựu học-sinh Chu-Văn-An

Tốt nghiệp BS Y-khoa Huế (1969)

Tòng sự tại Tổng Y-Viện Duy-Tân Đà Nẵng (1969-1975)

Vượt biển đến Hoa Kỳ từ năm 1975

« Residency » tại Howard University Hospital, Washington, D.C. (1978-1982)

Hành nghề BS tư tại Arlington, VA (1983-2017)

Tác phẩm đã xuất bản: "Thơ Tình" cùng Phạm Văn Hải (1995)

Chưa xuất bản: "Thơ Tình Lục Bát"

Hai trang web: "Một thuở rong chơi vào thơ và nhạc" www.duongdinhhung.com; tinhkhucduongdinhhung.blogspot.com

Gần 100 sáng tác đã được thực hiện, gồm những tác phẩm của riêng tác giả, những bài thơ đã được ba nhạc sĩ Nguyễn Tường Vân, Phạm Tuân và Nguyễn Ánh 9 phổ nhạc, và những bản nhạc ngoại quốc đã được tác giả đặt lời Việt.

Vài hàng về dòng nhạc Dương Đình Hưng

Tôi bước vào thơ trước khi vào nhạc. Tác phẩm đầu tiên "Thơ Tình" được xuất bản năm 1995, cùng viết với Tiến Sĩ Phạm văn Hải, một đồng môn Chu Văn An. Một điều may mắn là những bài thơ tình đầu đời đó, và những bài thơ tiếp sau chưa được xuất bản đã được ba nhạc sĩ Phạm Tuân, Nguyễn Tường Vân và Nguyễn Ánh 9 phổ nhạc gần 40 bài. Những bài thơ tình đó đều nói đến chuyện tình của tôi thời thanh niên.

Sau đó tôi được ba nhạc sĩ trên khuyến khích vì các ông nhận xét trong thơ tôi có nhạc tính sẵn nên dễ phổ nhạc. Rồi được sự chỉ dậy của nhạc sĩ Nguyễn Tường Vân và tự tìm tòi học hỏi, tôi bắt đầu phổ nhạc vào những bài thơ của mình. Bài đầu tiên là "Bằng lăng hoa tím ngày xưa" được nhạc sĩ Nguyễn Ánh 9 hòa âm, phối khí và ca sĩ Bích Hiền trình bày (**https://youtu.be/YQVTY4lkPc8**). Bài này được hơn hai chục ngàn người vào thưởng thức trên youtube.

Từ đó tôi tự sáng tác những bản nhạc theo cảm hứng của mình, về một chuyện thực nào đó, một chuyện tình của bạn bè, hay những vấn đề tâm linh. Tôi cũng bắt đầu phổ nhạc vào thơ của những thi sĩ khác, hay đặt lời cho những nhạc phẩm của nhạc sĩ Phạm Tuân và những bản nhạc ngoại quốc. Gần đây để mở rộng phần học hỏi, tôi đã thực hiện những symphony từ những bản nhạc của mình.

Có một kỷ niệm đáng nhớ với nhạc sĩ Nguyễn Ánh 9 đã qua đời cách đây hai năm. Mỗi lần sang Hoa Kỳ, ông bà và hai người con trai là nhạc sĩ Nguyễn Quang và Nguyễn Đình Quang Anh đều đến nhà tôi chơi tại VA để biểu diễn. Tôi có tặng 8 câu thơ lục bát nói về tiếng dương cầm, mối tình đầu của ông. Ông đã họa lại bằng 8 câu lục bát và phổ nhạc, rồi cũng tự mình ngâm và hát. Đó là bài "Tri âm một tiếng dương cầm". Một kỷ niệm thật không bao giờ quên của hai kẻ tri kỷ. Để nghe nhạc sĩ Nguyễn Ánh 9 hát bài trên, quý vị có thể bấm vào đây (.**https://youtu.be/fbEcQu-1eXw**).

Gần đây, sau khi sáng tác bốn bài bolero: Bài tình ca cuối cùng, Đêm về, Đôi mắt em buồn, Nhạc sầu tương tư, tôi đã nhận được sự hợp tác của nhạc sĩ hòa âm Quang Phúc để viết chung một số bài bolero có tính cách mượt mà hơn, bớt những lời ca quá bình dân và được hòa âm dưới dạng nhạc thính phòng như: Giọt tình, Anh đã đi xa, Người về tình như xưa.

Mục lục

1. Ai về bên phố Bolsa
2. Anh đã đi xa
3. Anh như là linh mục
4. Áo hoa rũ hết bụi vàng
5. Áo trắng thôi bay
6. Bản tango cuối cùng
7. Bằng lăng hoa tím ngày xưa
8. Bến xuân thuở nào
9. Bèo trôi
10. Biển có buồn không?
11. Bóng thu xưa
12. Cải vàng bên sông
13. Cảm thu
14. Cánh hoa dù
15. Chị Nhung
16. Chiếc lá thu rơi
17. Chiều bơ vơ
18. Chiều đông
19. Chờ đón em
20. Cho ta
21. Chốn này em qua
22. Chưa có bao giờ
23. Chuyện tình xưa
24. Có gì đâu
25. Có những tiếng hát
26. Con đường nào đây
27. Con mèo bé nhỏ
28. Con về ngõ nhỏ
29. Dáng xưa yêu kiều
30. Dấu chân trên cát
31. Đêm về
32. Đôi mắt em buồn
33. Đôi ta
34. Dòng sông vĩnh biệt
35. Dù mai đây
36. Đường chiều
37. Em cứ yêu một lần đi

38. Em giấu
39. Em là mây trắng
40. Em lắng nghe mùa đông
41. Em mang mùa xuân
42. Em qua chốn này – Nguyễn Ánh 9
43. Em qua chốn này – Nguyễn Tường Vân
44. Gần bên em
45. Giọt nước trôi qua
46. Giọt tình
47. Hạt cát nhỏ nhoi
48. Hoa đã nở trong vườn nhà tôi
49. Hoa vông vang
50. Hồng nhan tri kỷ
51. Huế đến với tôi
52. Khoảng cách
53. Khung trường tỉnh Giốc
54. Mặt trời, em và tôi
55. Một góc trời
56. Một thoáng mùa xuân
57. Mùa đông xa quê
58. Mưa phùn
59. Mùa thu đã tới
60. Mùa thu tóc mây
61. Mùa xuân vừa tới
62. Nắng vừa lên
63. Nếu ngày mai
64. Ngàn lau
65. Ngày ấy
66. Ngày vu quy
67. Người về tình như xưa
68. Người xưa ấy
69. Nhạc buồn đêm mưa
70. Nhạc sầu tương tư
71. Nhỏ Văn Khoa
72. Nụ hôn sim tím
73. Ở một nơi ấy
74. Phố lạ
75. Phố xưa
76. Quà tặng trong chiến tranh
77. Sầu lên

78. Thà như không có mưa
79. Thế à, thế à
80. Thiên đường vẫn ở nơi đây
81. Thời gian
82. Thôi ta về
83. Thôi thì
84. Thuở ban đầu
85. Tiếng ai khóc mùa thu
86. Tiếng hát ru con
87. Tình em như tấm lụa đào
88. Tình là giấc mơ
89. Tình man dại
90. Tình mất
91. Tình tôi
92. Tình vui
93. Trả lại em
94. Tri âm một tiếng dương cầm
95. Trường Sơn 1: Ta thấy Trường Sơn trong mắt em
96. Trường Sơn 2: Con đường ma quỷ
97. Trường Sơn 3: Dựng nước, giữ nước
98. Tuổi teen
99. Tuổi thơ tôi Hà Nội
100. Vàng rơi từng cánh
101. Vạt nắng chiều thu
102. Về Huế
103. Về với không
104. Vết chân của Chúa
105. Xuân về
106. Cánh hoa dù: hòa âm

tranh Đinh Trường Chinh

Ai về bên phố Bolsa

Sáng Tác: Dương Đình Hưng

Bến xuân thuở nào

Thơ: Dương Đình Hưng
Nhạc: Nguyễn Tường Vân

Biển có buồn không ?

Sáng tác Dương Đình Hưng

Bóng Thu Xưa

Thơ: Dương Đình Hưng
Nhạc: Nguyễn Ánh 9

Gió chiều thu, gió nhẹ lơi, bên em nơi ấy có rơi lá

vàng. Lá rơi rơi! Lá thu vàng rơi bao nhiêu

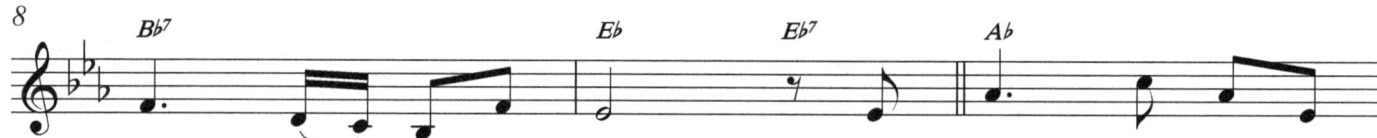
lá cho vàng nhớ nhung. Một mai lá rụng đầy

sân làm sao quét sạch nỗi nhung nhớ này Một

mai tình vẫn xa bay chiều thu mòn mỏi vòng tay đợi

chờ. Một mai khi lá thu tàn chỉ còn một

tranh Đinh Trường Chinh

CẢM THU

Nhạc: (Meditation from Thais): Jules Masenet
Lời Việt: Dương Đình Hưng

Cánh hoa dù

Cảm hứng từ chuyện "Tháng ngày tao loạn" của cựu Y_Sĩ nhẩy dù Vĩnh Chánh

Sáng tác: Dương Đình Hưng

CHỊ NHUNG

Thơ: Nguyễn Tường Giang
Nhạc: Dương Đình Hưng

Chiếc lá thu rơi

Sáng tác: Dương Đình Hưng

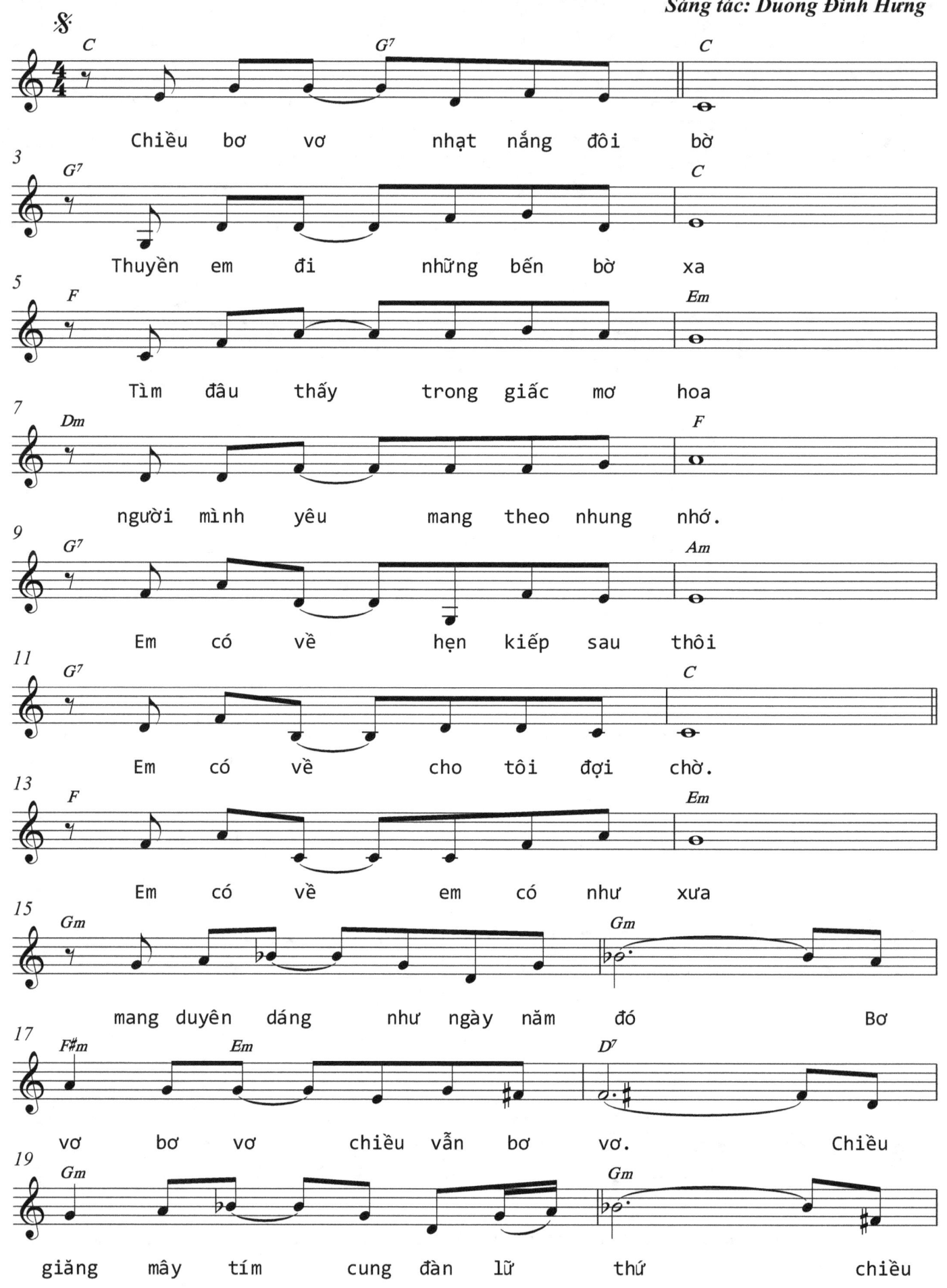

Cho ta

Thơ: Phạm Văn Hải
Phổ Nhạc: Dương Đình Hưng

Cho ta một nụ hôn nồng từ đôi môi thắm cánh hồng đầu xuân Cho

ta mười ngón ân cần để quên sầu hận những lần chia tay Cho ta làn gió heo

may để hoa nức nở cho đầy nhớ thương Cho ta lời nói vấn vương để không luyến

tiếc con đường thế gian Cho ta một đóa hoàng lan để ta xóa bỏ hàm oan oán

thù. Cho ta buổi tối sương mù để ta ôn lại lời ru ngọt ngào Cho

ta tìm vào chiêm bao để tìm rung động dạt dào như xưa, dạt dào như xưa, như

xưa, như xưa.

Chốn này em qua

Thơ: Dương Đình Hưng
Nhạc: Nguyễn Tường Vân

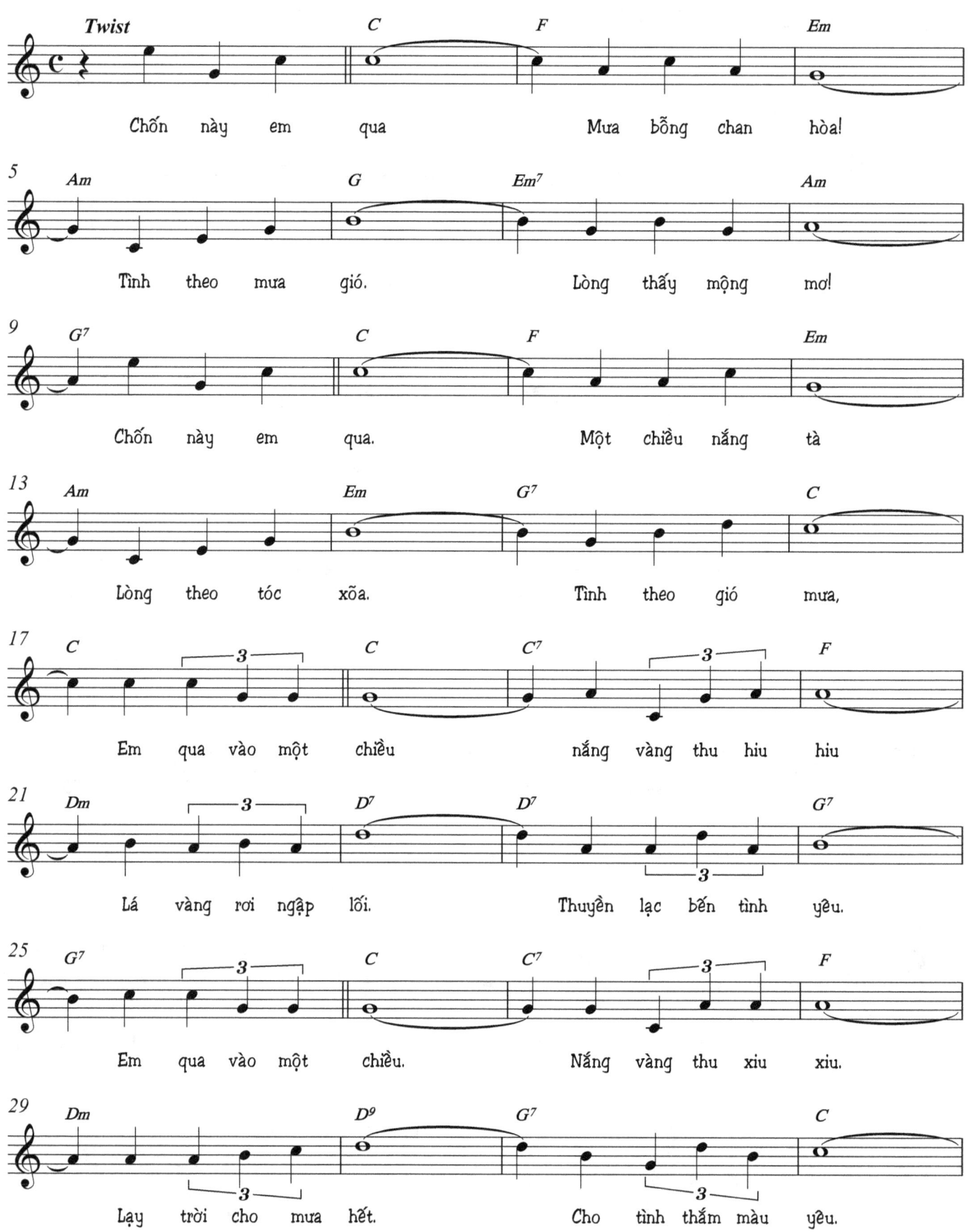

CÓ NHỮNG TIẾNG HÁT

Sáng tác: Dương Đình Hưng

Có những tiếng hát ru tôi ngàn năm Có những đớn
đau riêng tôi buồn phiền Đời chia đôi ngả giọt nước vỡ
tan Đời thiếu em rồi ai còn chờ mong?
Có những dấu vết cuộc tình chia xa Có những ái
ân không bao giờ quên Người đi xa vắng người ngoài chân
mây Người khóc trong lòng người cười đâu đây Tiếng hát đêm
mưa tiếng hát ngày xưa Tiếng hát u hoài một thời tan
vỡ Tiếng hát cho tôi một thời đắm đuối Tiếng hát liễu

Con đường nào đây*

Thơ: Vũ Hoàng Chương
Phổ Nhạc: Dương Đình Hưng

Chàng về trong mộng đêm đêm trẻ như măng, thịt da mềm như tơ Ngày qua nàng vẫn trông chờ Tháng, rồi năm vẫn giấc mơ liền cành biết đâu chàng đã trở thành xương tàn một nắm vô danh bên trời Bờ sông bãi cát bồi hồi đã khô rồi, đã trắng rồi, biết đâu Chữ đồng tạc lấy cho sâu Ai hay lệ một nét sầu đến xương Là nam bắc là âm dương lệ hay máu rỏ con đường nào đây, con đường con đường nào đây, con đường máu đổ hay giòng lệ rơi.

*Chú thích: Bài thơ "Con đường nào đây" là một trong 12 bài thơ cuối cùng Vũ Hoàng Chương viết năm 1976. Ông cảm hứng từ bài "Lũng tây hành" của thi sĩ Trung Hoa Trần Đào đời Đường viết về chiến tranh, xót thương người yêu hay vợ ở nhà vẫn ôm ấp mộng đẹp với người chiến sĩ mà không biết họ đã chết nơi chiến trường.

tranh Đinh Trường Chinh

Con mèo bé nhỏ

Thơ: Dương Đình Hưng
Nhạc: Nguyễn Tường Vân

Đôi ta

Boston
Sáng tác: Dương Đình Hưng

DÒNG SÔNG VĨNH BIỆT

Sáng tác: Dương Đình Hưng

tranh Đinh Trường Chinh

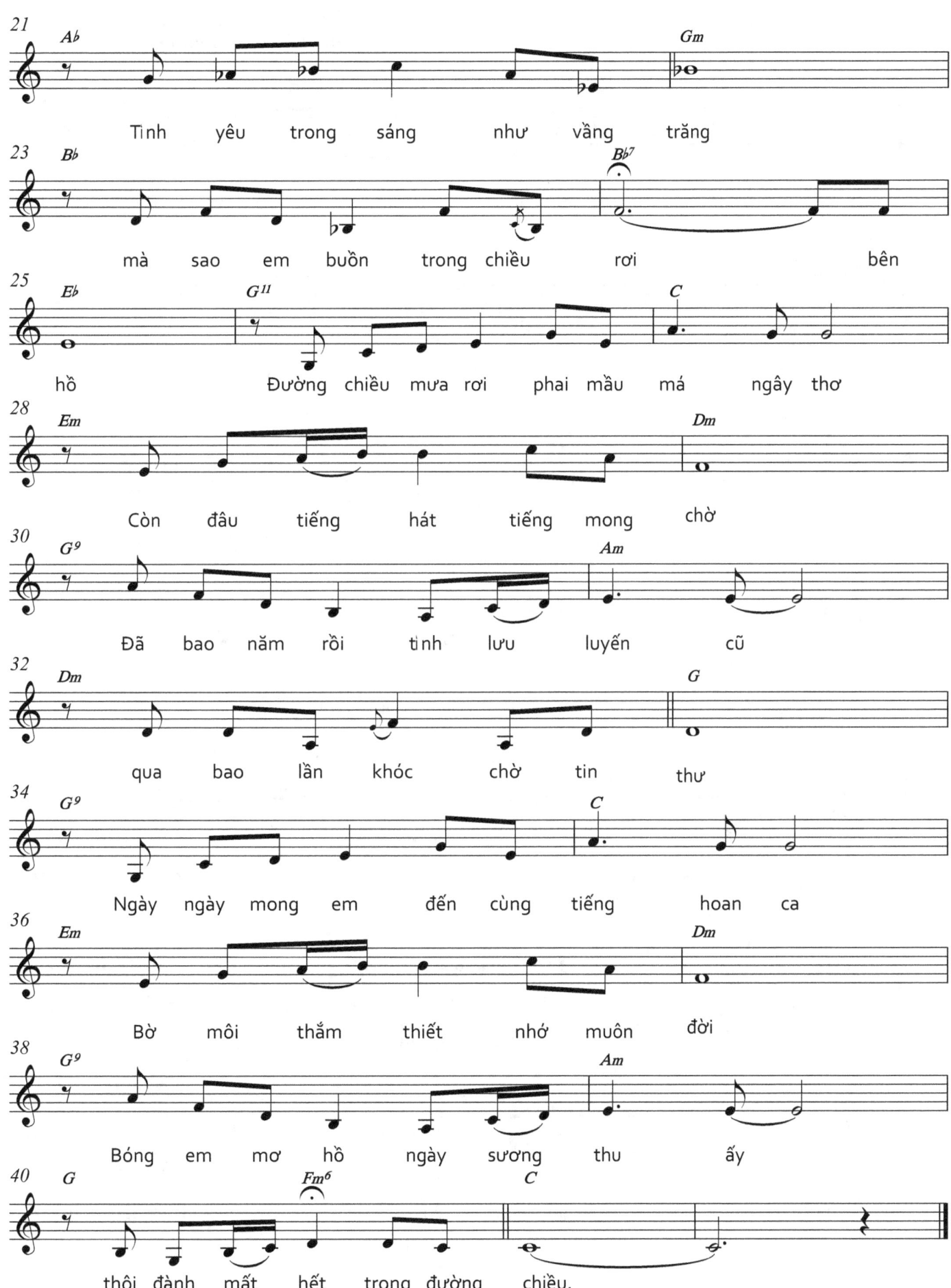

Em cứ yêu một lần đi

Thơ: Dương Đình Hưng
Nhạc: Nguyễn Tường Vân

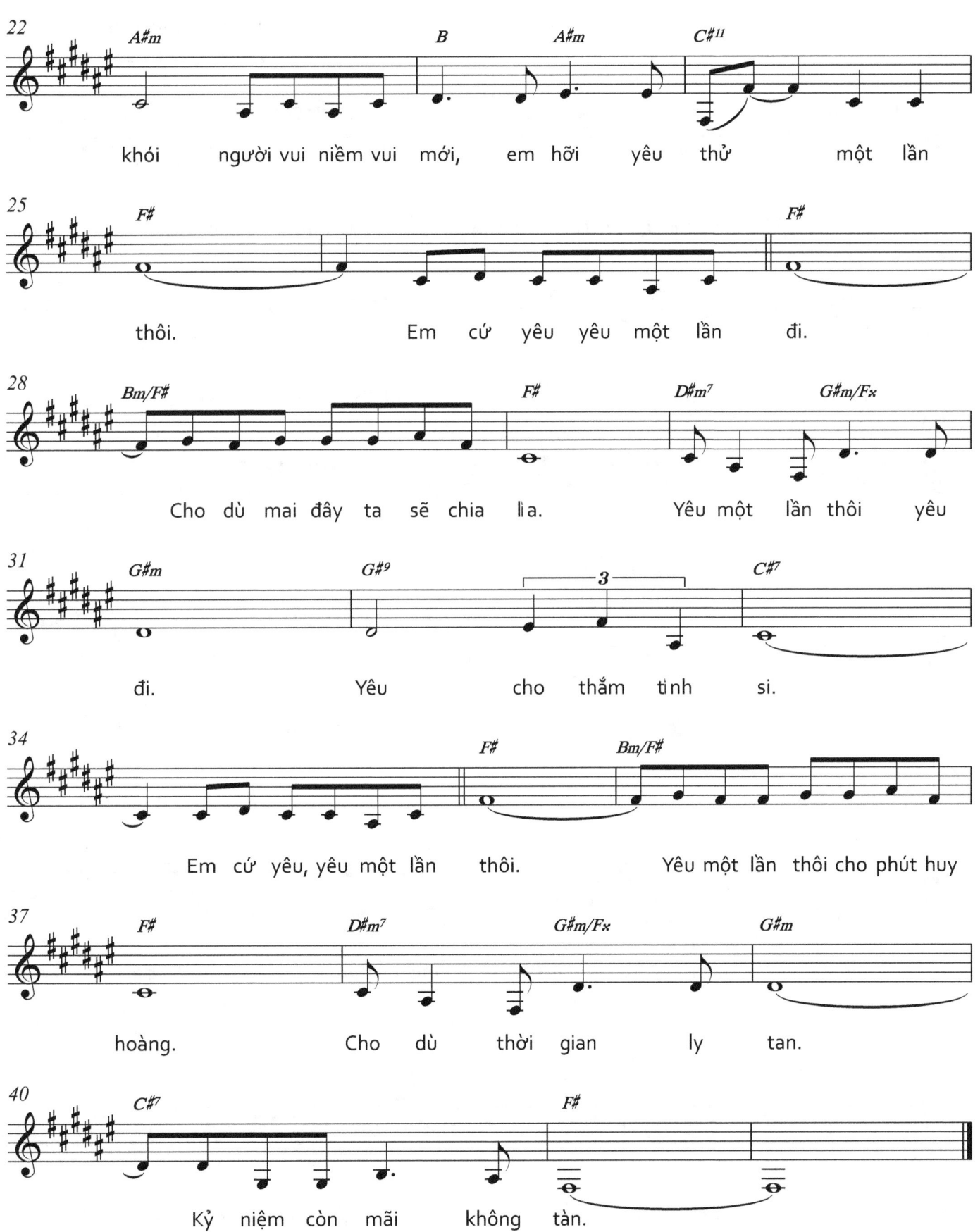

Em giấu

Thơ: Nhược Thu
Phổ nhạc: Dương Đình Hưng

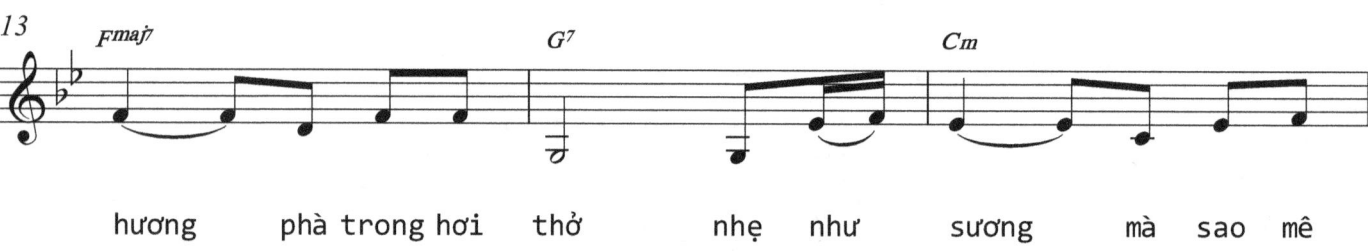

Em mang mùa xuân

Sáng tác: *Dương Đình Hưng*

Em mang mùa xuân mùa xuân về tất cả em mang tuổi ngọc như bóng dáng thiên thần em mang hy vọng cho loài người lầm than em mang hòa bình cho thế giới chiến tranh em mang niềm vui niềm vui là tất cả cho thế giới này thế giới này khổ đau em mang ngày mới cho tội lỗi chìm sâu cho đời tươi sáng cho đất nước thanh bình là la là la la là la là la

Em Qua Chốn Này

Thơ: Dương Đình Hưng
Nhạc: Nguyễn Tường Vân

Giọt tình

Sáng tác : Dương Đình Hưng
Quang Phúc

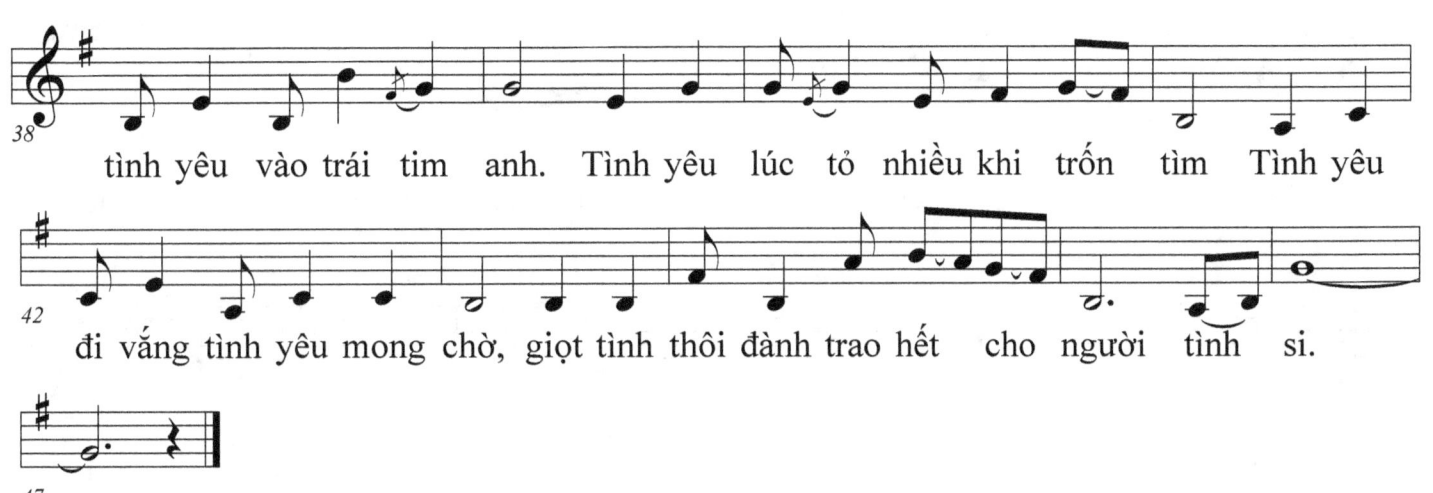

Hạt cát nhỏ nhoi

Thơ: Dương Đình Hưng
Nhạc: Phạm Tuân

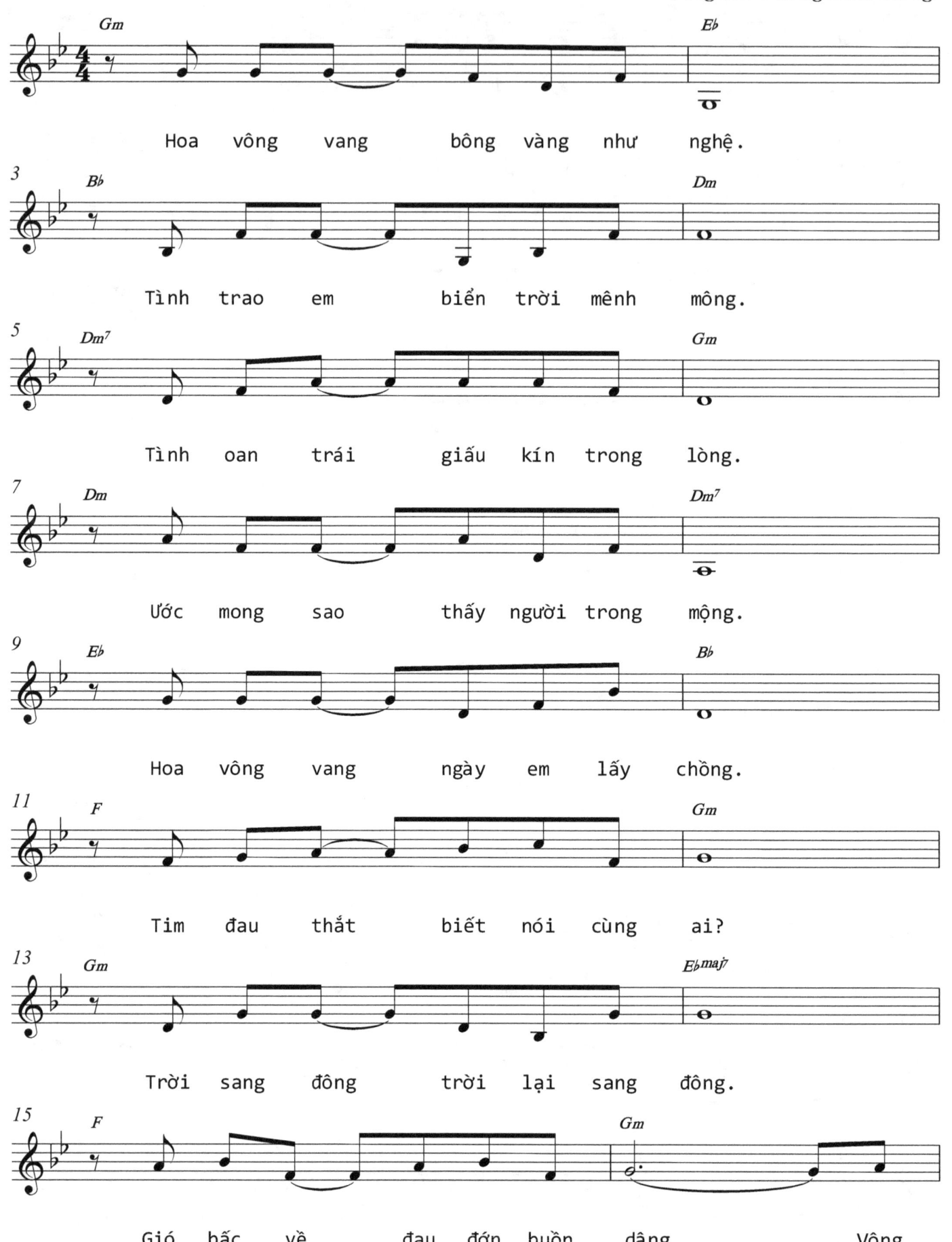

Hồng Nhan Tri Kỷ

Thơ: Dương Đình Hưng
Phổ nhạc: Phạm Tuân

Huế đến với tôi

Sáng tác: Dương Đình Hưng

Khoảng Cách

Sáng tác: Dương Đình Hưng

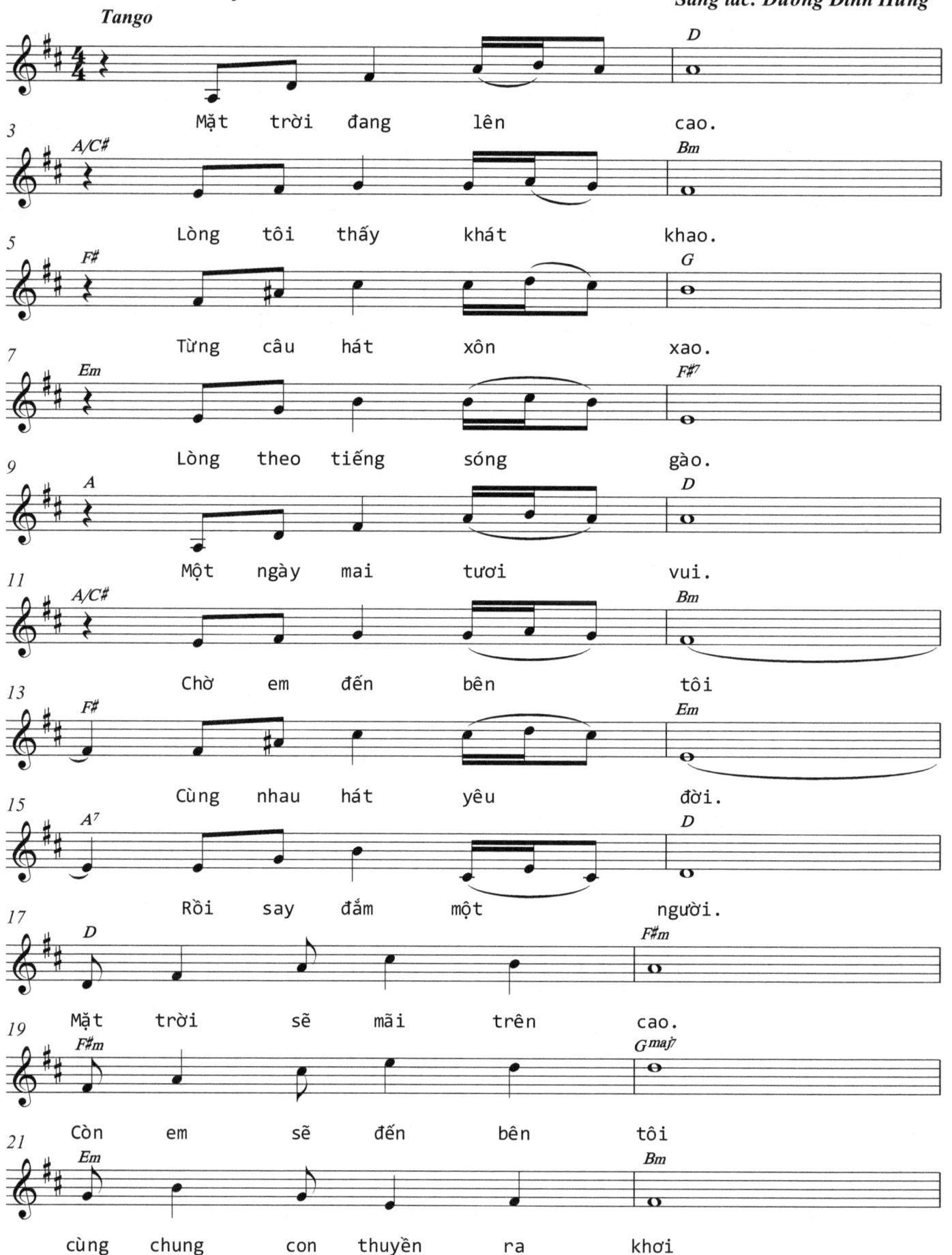

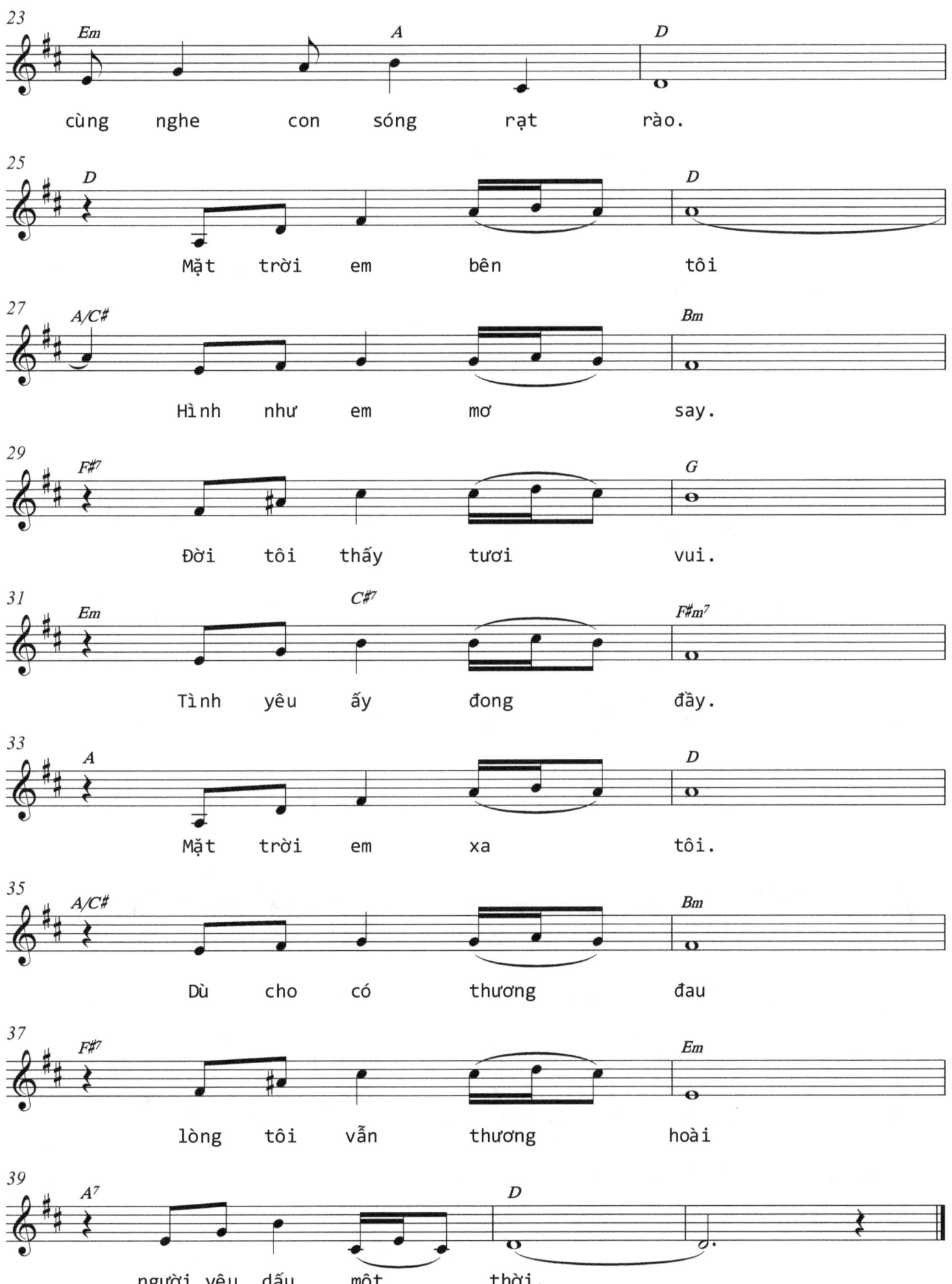

Một thoáng mùa xuân

Sáng tác: Dương Đình Hưng

Một thoáng mùa xuân trong mắt em
là cả trời xanh ngàn mây trắng.
Em có mơ gì tuổi mười lăm.
Em giáng Quỳnh Như em mắt xinh.
Một thoáng tình yêu đến với anh
là cả trời thơ đầy lai láng.
Trong trái tim anh một tình thương.
Để rồi nhung nhớ một bóng Quỳnh.
Em ơi, thuở đó tình lưu luyến
một giáng Quỳnh Như một dáng tiên.

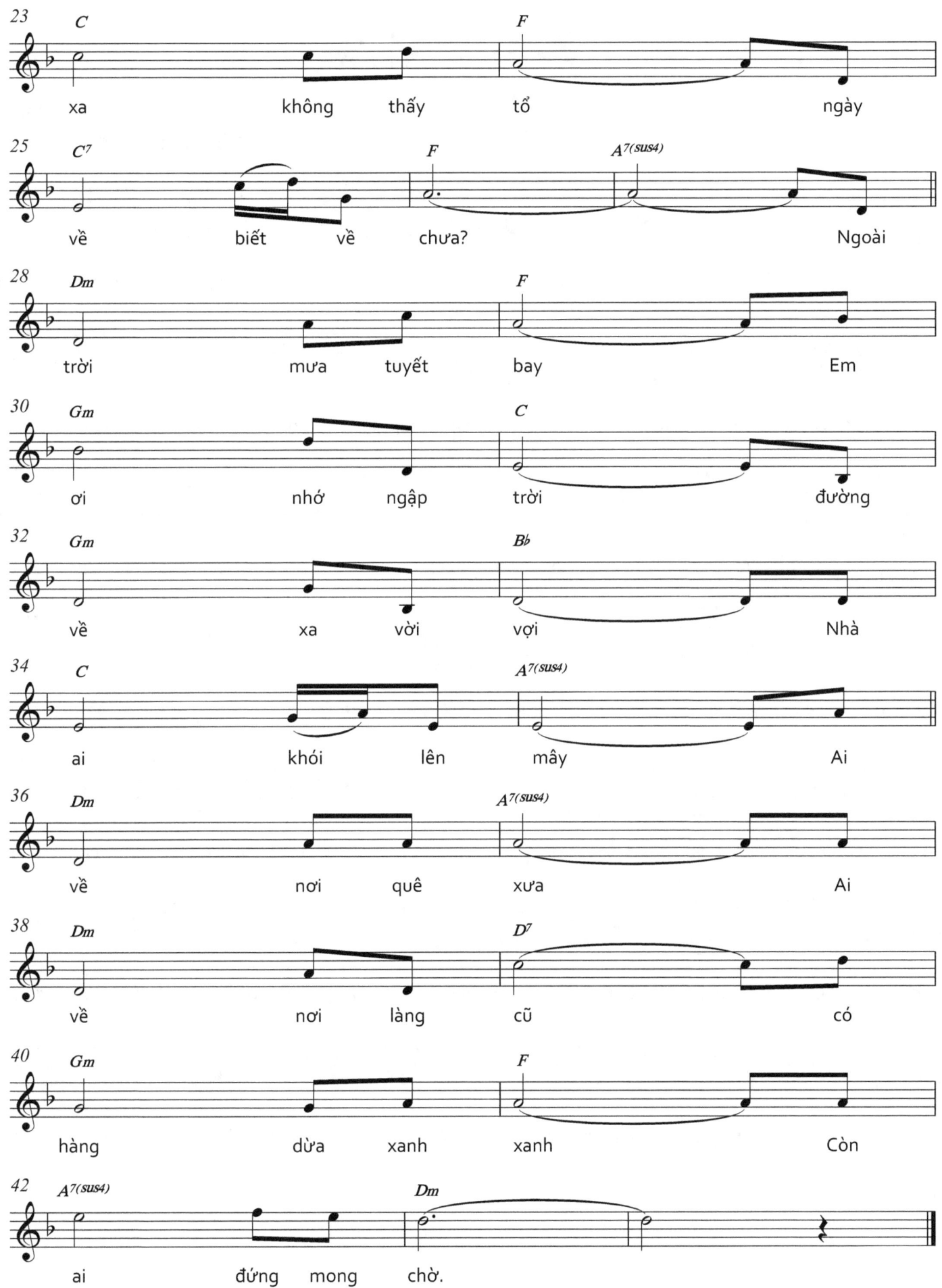

Mưa phùn

bay từng sợi ngắn dài buộc thương với nhớ bờ vai dịu dàng Tôi

từng đứng núp hành lang đâu hay hồn đã hai bàn chân theo.

Mùa thu đã tới

Sáng tác: Dương Đình Hưng

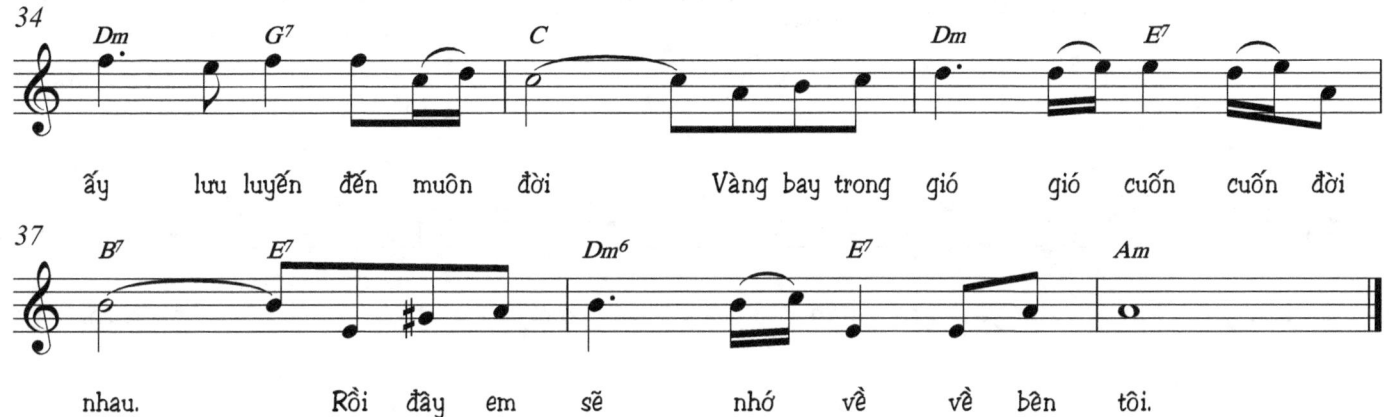

Nắng vừa lên

Sáng tác: Dương Đình Hưng

tranh Đinh Trường Chinh

Nếu ngày mai....

Thơ: Dương Đình Hưng
Nhạc: Nguyễn Ánh 9

Nếu ngày mai không bao giờ đến thì em ơi! hãy nối vòng tay cùng yêu thương trong phút giây này, cùng yêu thương trong phút giây này. Nếu ngày mai không bao giờ đến Hãy cho nhau những phút yêu đời Lời âu yếm ngọt ngào trên môi Lời âu yếm trên môi ngọt ngào Nếu ngày mai không bao giờ tới chỉ còn tình thương để lại cho đời. Thế giới này mới còn niềm vui. Thế giới này mới còn niềm vui Nếu ngày mai không bao giờ tới Hãy lắng

tranh Đinh Trường Chinh

Nhạc sầu tương tư

Sáng tác : Dương Đình Hưng

Quà tặng trong chiến tranh

Thơ: Trần Mộng Tú
Phổ nhạc: Dương Đình Hưng

Em tặng anh em tặng anh đóa hoa hồng chôn trong lòng huyệt mới e, tặng anh em tặng anh chiếc áo cưới phủ trên nấm mộ xanh. Ạnh tặng em anh tặng em chiếc bội tinh cùng ngôi sao mầu bạc chiếc hoa mai chiếc hoa mai mầu vàng chưa đeo còn sáng bóng. Em tặng anh tuổi ngọc của những ngày yêu nhau đã chết ngay từ lúc em nhận được tin sầu. Anh trao em mùi máu trên áo trận sa trường. máu anh và máu quân

Sầu lên

Sáng tác: Dương Đình Hưng

Thiên đường vẫn ở nơi đây!

Sáng tác: Dương Đình Hưng

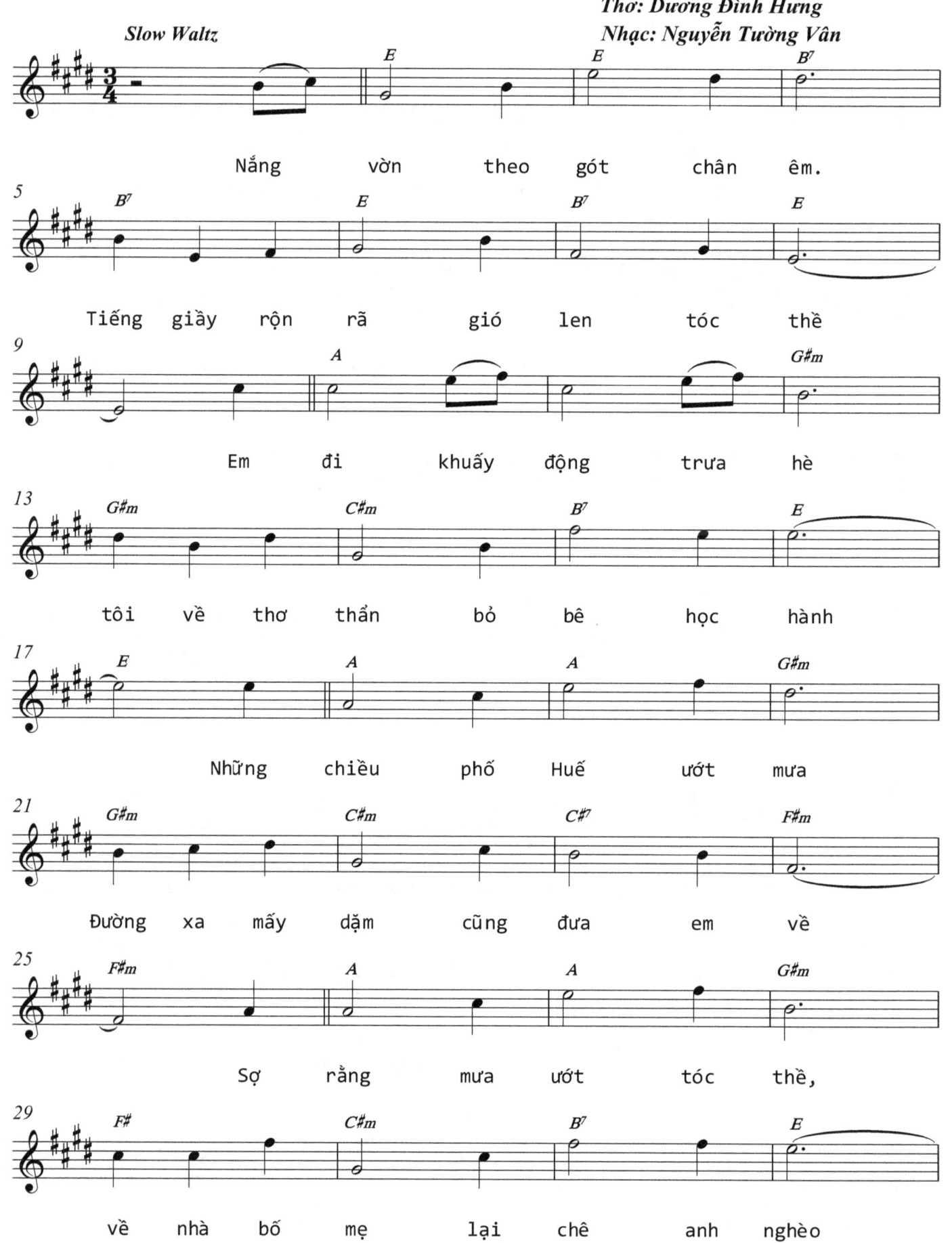

TÌNH EM NHƯ TẤM LỤA ĐÀO

Sáng tác: Dương Đình Hưng

tranh Đinh Trường Chinh

Tình Mất

Thơ: Dương Đình Hưng
Nhạc: Phạm Tuân

Em đi lấy nửa hồn tôi nửa hồn tôi lại sống đời bơ vơ Đêm ngày ra ngắn vào ngơ thẫn thờ thơ thẩn như mơ như màng Trông mây tưởng thấy bóng nàng nghĩ mình là gió lang thang đi tìm Tìm em như thể tìm

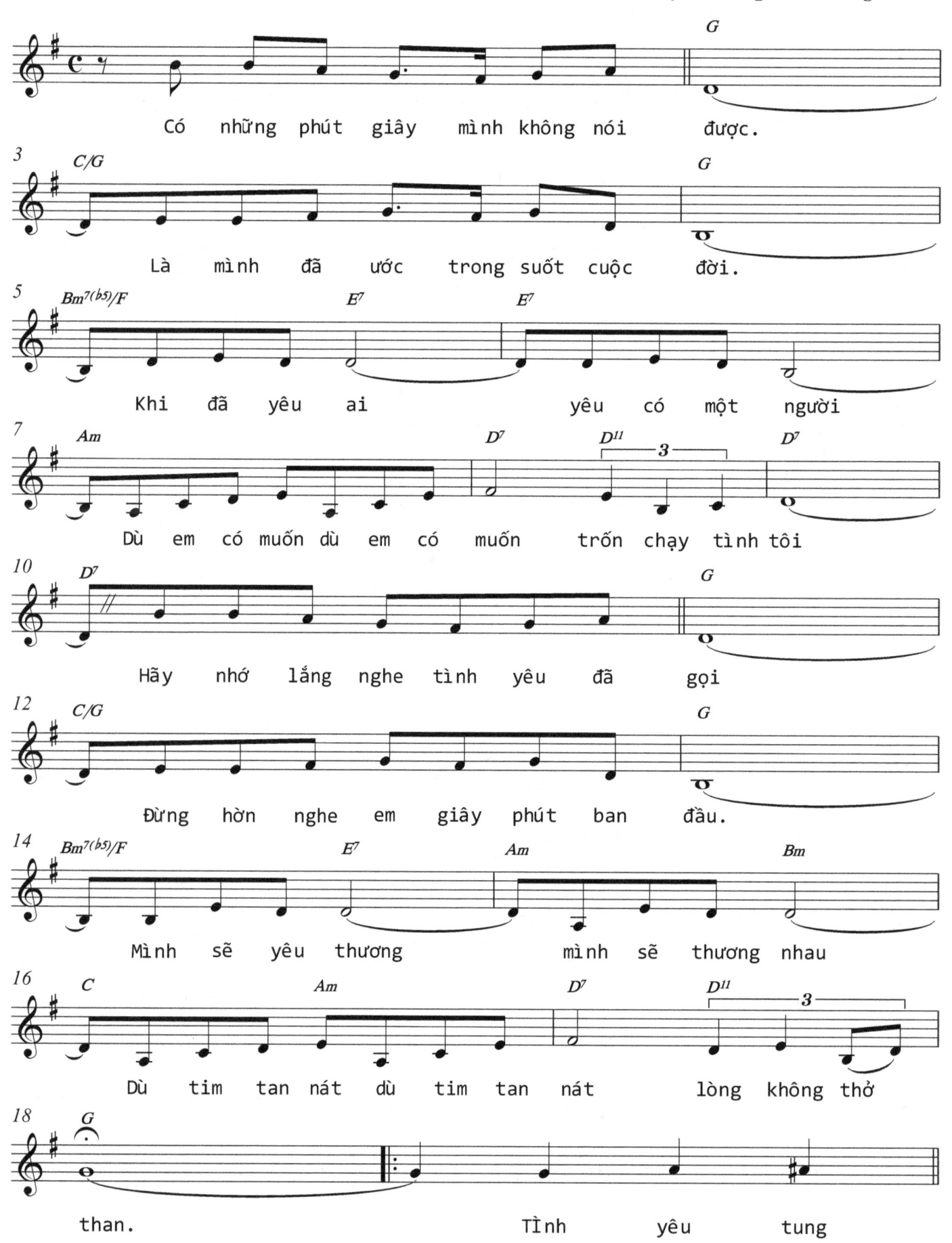

Trả Lại Em

Thơ: Dương Đình Hưng
Nhạc: Phạm Tuân

Slow Waltz ♩=70

Trả lại em nụ hôn cuối cùng con tim gian
dối xin đừng dối gian Trả lại em mối tình thơ
ngây ngày mai xe hoa đón chờ em đi! Em ơi! Em
ơi! Uổng ta đã nhớ, Em ơi! Em ơi! Uổng ta đã
đợi Em ơi! Em ơi! Uổng ta đã trông Em ơi! Em
ơi! Uổng ta đợi mong. Trăm đêm ngàn đêm trong mộng trong

Trường Sơn 2: Con đường ma quỷ

Thơ: Văn Nguyên Dưỡng
Phổ nhạc: Dương Đình Hưng

Trường Sơn 3:
Dựng nước, giữ nước

Thơ: Văn Nguyên Dưỡng
Phổ Nhạc: Dương Đình Hưng

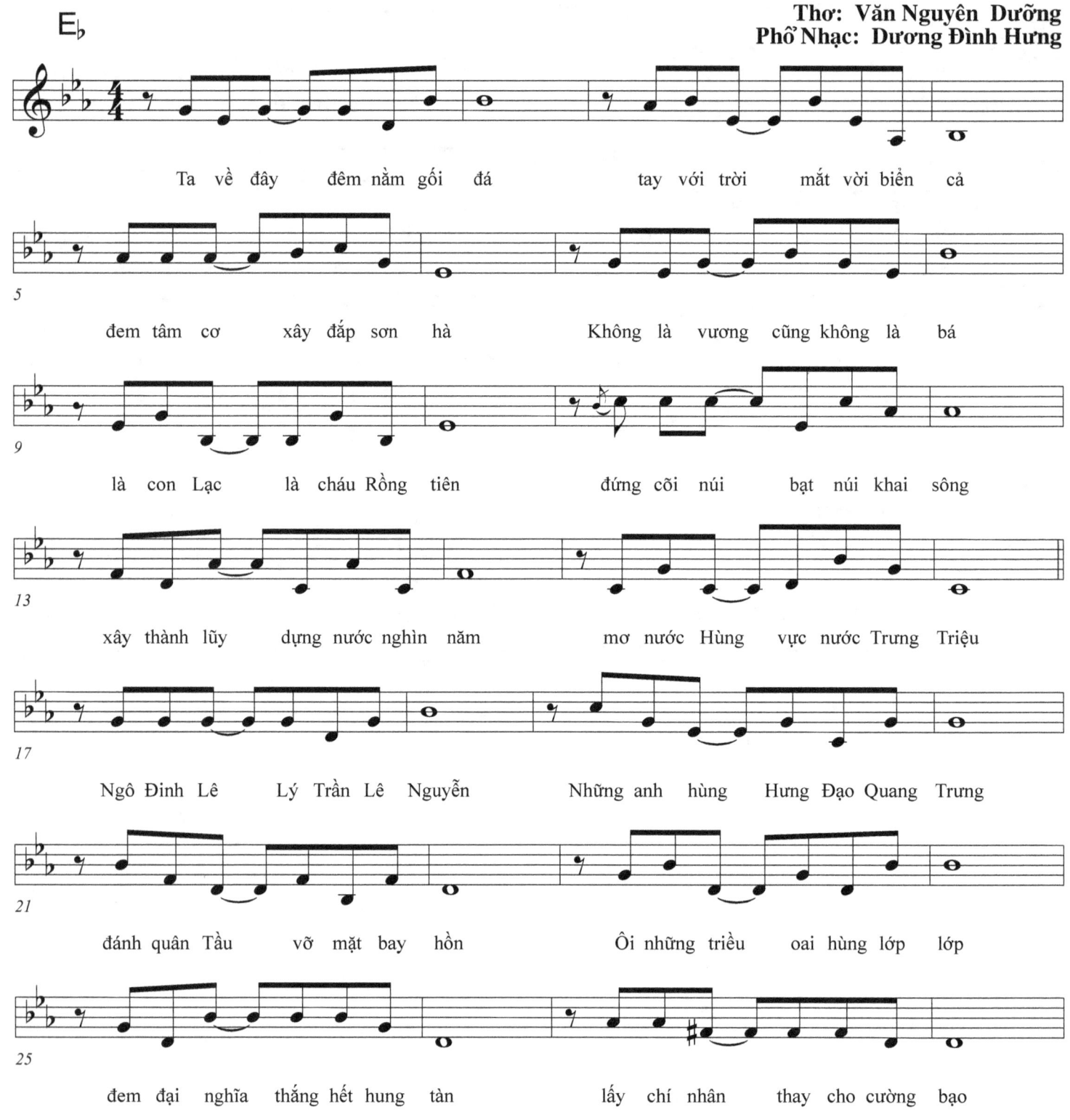

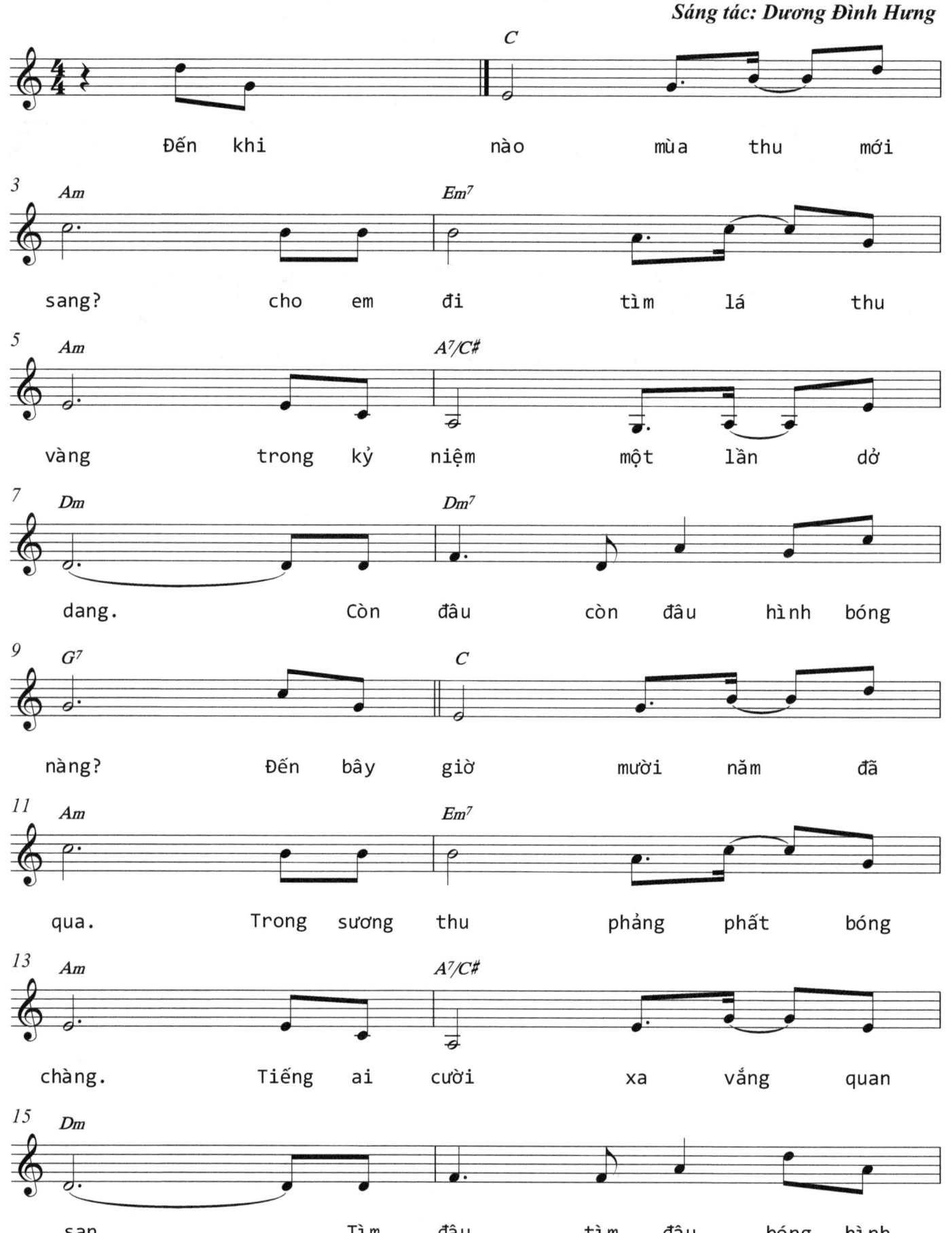

tranh Đinh Trường Chinh

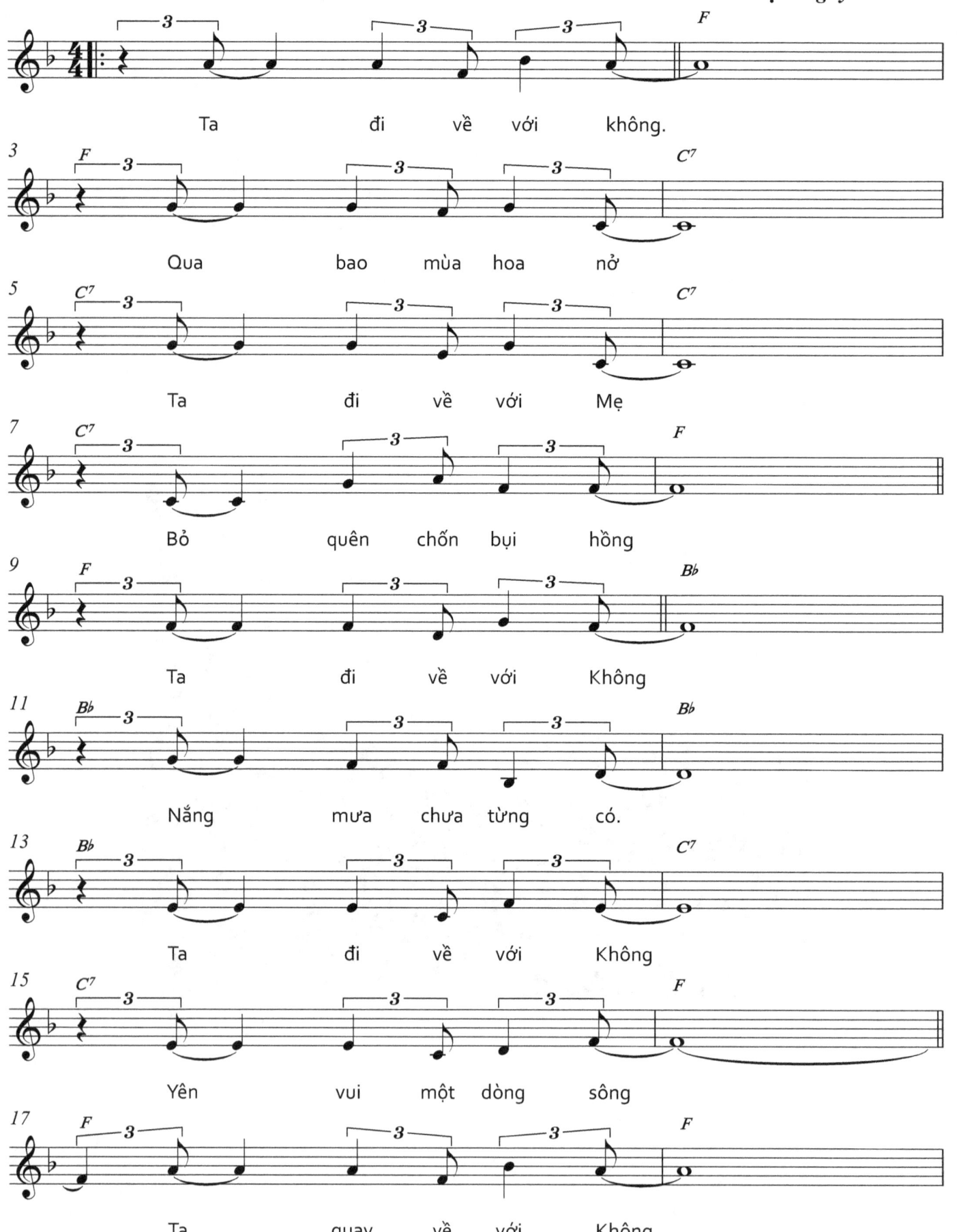

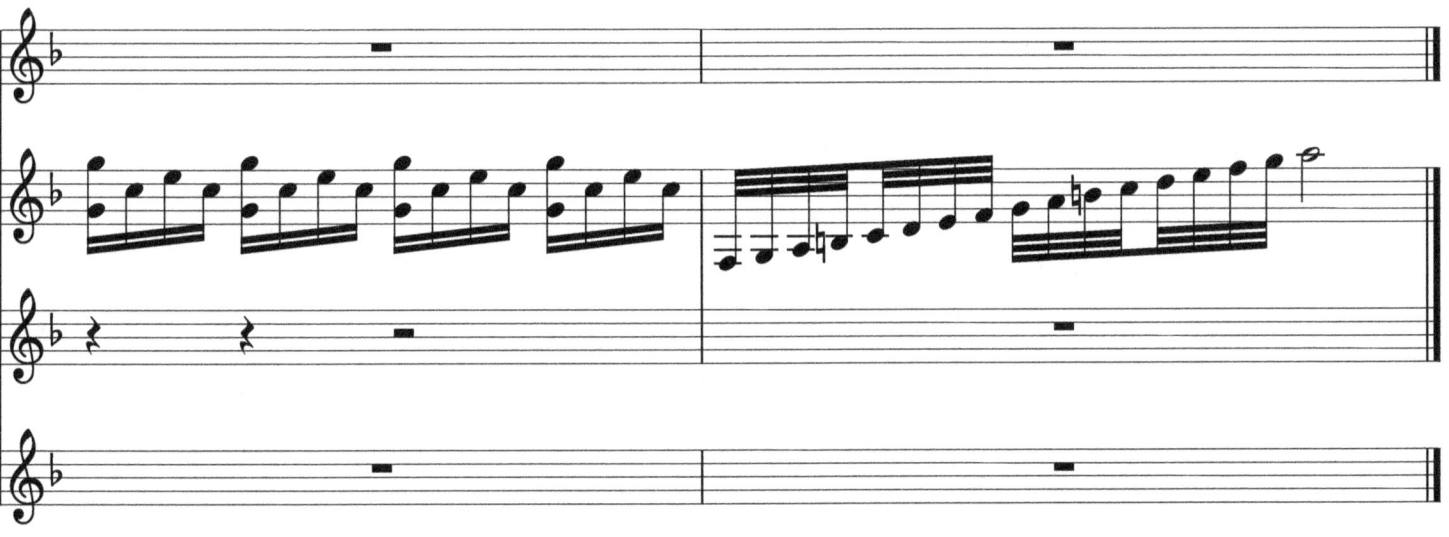